முன்னுரை:

காதால் கேட்காமல் புரிவது கவிதை!!, அழுகாமல் உணர்ச்சியளிப்பது கவிதை !! , ஆனந்த வார்த்தை கேட்காமல் பார்த்து படித்தவுடன் புன்னகை பூக்கச் செய்வது கவிதை!!

முன்பெல்லாம் புத்தகம் படித்து அறிவை வளர்த்தார்கள் !! புத்தகத்தை புதையல் என கருதி படித்து வந்த காலம் அது!! இன்றோ!! நம் மாணவர்கள் புத்தகத்தை பார்த்தாலே கிறுகிறுத்து போய்விடுகிறார்கள் !!

திறன்பேசியில் விடைகளை ஆராய்ந்து பதிலளிக்கிறார்கள் . நாம் திறன்பேசியில் ஆராயும் விடைகள் சில காலத்திற்கு பிறகு நமக்கு மறந்துவிடும். ஆனால் புத்தகத்தை படித்தால் ஏதோ ஒருவகையில் நம் ஆழ்மனதில் பதிந்து விடும்.

எனவே , புத்தகம் எனும் புதையலை படித்து அறிவை வளர்ப்போம்! !

பொருளடக்கம்:

இல்லத்தரசியின் கிறுக்கல்கள்

கவிதா சண்முகலிங்கம் எம்.ஏ.தமிழ்

ஏலே பதிப்பகம்

இல்லதரசியின் கிறுக்கல்கள்
ஆசிரியர் © **கவிதா சண்முகலிங்கம்** எம்.ஏ.தமிழ்

முதற்பதிப்பு 2021
பக்கங்கள் 45

ISBN 978-93-5533-022-2

புத்தகம் வெளியிடு
ஏலே பதிப்பகம் மற்றும்

Motivative Thamizha

aelaypublish@gmail.com
phone – 9944992571

Aelay Publish
www.aelaypublish.com

இன்றைய உலகு!!

இயற்கை மறந்து , இணையத்தில் வாழ்கிறது !!
இன்றைய உலகு

இன்பத்தை தொலைத்து , இச்சைகளை தேடுகிறது!!
இன்றைய உலகு

கைப்பேசிகளை கொண்டு காலத்தை போக்குகிறது!!
இன்றைய உலகு

தொலைக்காட்சி தொடரில் மூழ்கி
தொலைந்து போனது நம் மரபு!!
இன்றைய உலகு

தோழமை மறந்து , அண்டை வீட்டாரின் அன்பும் மறைந்தது!!
இன்றைய உலகில்

அண்ணன், தம்பி, அக்கா, தங்கை அனைத்தும் மறந்து
அலைபேசியின் ஷாரையும் ,லைக்கையும் சாதனையின்
உச்சம் என எண்ணி சுழற்கின்றது!!

- இன்றைய உலகு

பூமி!!

உயிர்கள் பல உயிரற்று போகும் வரை
தன்னை உரித்தாக்கும் தாய் - (பூமித்தாய்)

உன்னதத் தாய்!!

உயிர் பெறும் ஒவ்வொரு உயிரின்
உன்னத படைப்பாற்றல்
உதிரத்தால் உயிர் கொடுத்து
உன்னை உலகிற்கு அறிமுகம் செய்பவள் - உன்னத தாய் !

பேதையின் பேராற்றல்!!

பெண்ணே!!
நீ மலர் என்றால் முகர்ந்து வீசி விடுவார்கள்
கனி என்றால் கடித்து சுவைத்து விடுவார்கள்
அமுதம் என்றால் அள்ளி பருகி விடுவார்கள்
நீ ஓவியம என்றால் தொட்டு தடவி விடுவார்கள்
அதனால்.......
நீ நெருப்பு என்று சொல் ,உன்னை நெருங்க மாட்டார்கள்
நெறி கெட்ட மனிதர்கள்.

பெண்ணே!!

உன் கண்கள் இரண்டும் கருங்குவளை மலர்களாகட்டும்
உன் அங்கம் எல்லாம் அற்புத மலர்களாகட்டும்
ஆனால்....

உன் மனம் மட்டும் என்றுமே வேங்கையாக இருக்கட்டும்
இல்லை எனில் வெறி நாய்கள் உன்னை வேட்டையாடி விடும்
பெண்ணே!!
அழகு நிலையங்கள் தேடிச் செல்ல நீ ஒன்றும் அலங்காரப்
பொருளல்ல
அற்புத சக்தி வாய்ந்த அதிசய பிறவி நீ
ஆண்டவன் அனுப்பிய அணுக்கரு நீ , அகிலத்தை ஆள்வதற்கு.

கல்வி!!

அறியாமையின் அருமருந்து
மூடநம்பிக்கையின் முதல் மருந்து
இது மானுடர்களின் உயிர் மருந்து
கற்பனைக்கு எட்டாத கனவுகளை
கையில் கொண்டு வரும் காலக்கண்ணாடி
பெருமையுடன் நீ கற்றால் பேருலகை நீ ஆளலாம் !!

ஆழமாக நீ கற்றால் **!!** உன் புகழால் ஆயுட்காலம் முடிந்த பின்பும் ,
நீ உலகை ஆளலாம்!!

கடவுள்!!

●

நம்பிக்கையின் பிறப்பிடம்
உண்மையின் உறைவிடம்
உயிர்களின் ஊன்றுகோல்
காலங்களின் கனவு , கற்பனையின் நிஜம் .

●

உனக்கு நீ கடவுளானால்
உலகம் உன் கையில்
கடவுளுக்கு நீ மனிதன் என்றால்
உலகத்தின் கையில் நீ !!

நட்பு!!

இரவுக்கு பகலாய் , பகலுக்கு சூரியனாய்
நண்பர்களுக்கு நட்பு.
அது நம்பிக்கையின் விதைப்பு
சந்தோஷத்தின் சந்திப்பு
சங்கடங்களின் பகிர்வு
மரணமே இல்லாதது - நல்ல நண்பர்களின் நட்பு

புரட்சி கவிஞர் பாரதி!!

எதிர்காலம் இப்படி இருக்கும்
என்று கடவுள் உன்னுள் ஒழிந்து
உன்னை எழுத வைத்தார் போல
நூறாண்டு கடந்தாலும் - உன்
கவிதை வரிகள் எல்லா தலைமுறைக்கும் தத்துவமாய் விளங்கும்.
பெண்ணை பெண்ணாய் !!

மனித இனமாய் , மகத்தான சக்தியாய்
மறுமலர்ச்சியின் விதையாய்
மாற மறு பிறப்பு கொடுத்த
மனித கடவுள் - பாரதி
மூடப்பழக்கத்தின் முதல் எதிரி

பாவைக்கு ஒளிவிளக்கு
பாட்டால் புரட்சி செய்த பாட்டுடைத் தலைவன்
பார்போற்று கவிஞர் என் தலைவர் .

மரணம்!!

நீ அனுபவிக்க முடியாத ஓர் அனுபவம்
அது வரும்பொழுது நீ இருப்பதில்லை
நீ இருக்கும்பொழுது அது வருவதில்லை.

தற்கொல்லி !! - எனும் மது

சிரித்து மகிழ்ந்து சிங்காரமாய் வாழ்ந்த குடும்பம்
அவனுக்கு குடிப்பழக்கம் வந்ததால உருக்குலைந்து
போகுதம்மா ...

உயிருடன் கருகுதம்மா பொல்லாத பழக்கத்தால்
போயிடுமே வேலையுமே ...
வேதனைதான் மிஞ்சிடுமே ...

வேண்டாமே !! இப்பழக்கம் - என்று
வேண்டினோரே பெற்றவரும் , கட்டியவள் கதறுகிறாளே
கட்டான உன் மேனி பொழிவிழந்து போயிடுமே!!

கல்லீரல்,கணையம் எல்லாம் கருகித்தான் போயிடுமே! !
கண்ணான நம் கண்மணிகளின் கல்வியும் கெட்டிடுமே !
என்று கெஞ்சியும் பார்க்கிறாளே !!

பெற்ற பிள்ளைகளும் கெஞ்சுகிறார்களே!!
பெருங்குடல் வெந்து பெரும் துன்பம் வந்திடுமே!!
தாயை தள்ளி விட்டு,கட்டியவளை எட்டி உதைக்கின்றானே!

அவர்களின் கண்ணீர் கூட அவன்
கல்மனதை கரைக்கவில்லையே!!

தற்கொல்லி எனும் மது குடிக்க மது கடைக்கு சென்றானே !
மதி கெட்டு நின்றானே , தன்னிலை மறந்தான்! !
தன்மானம் இழந்து, தெருவில் கிடந்தானே! !
அணிந்து போன ஆடையும் அலங்கோலமானதே !!

அலுப்ப சந்தோஷத்திற்காக அணு அணுவாய்
அவனே அவனை அழித்து கொண்டானே!!

நான் என்ன செய்வேன் **??**

என் கண்மணிகளின் கண்ணீர் துடைக்க ,அந்த ஆண்டவன்
கருணை காட்ட கூடாதா**??**

இல்லையேல்

இந்த அரசாங்கம் தான் மதுக்கடைகளை
மூட கூடாதா**?**

மேகம்!!

உன் கண்ணீர் தான் எங்களுக்கு அமுத நீர்
நீ அழவில்லை எனில் நாங்கள் அழிந்து விடுவோமே!!

இன்றைய அனாதை!!

காமத்தை காதலென கருதி
கடைசியில் பிரிந்த இருவர்
அவரவர் குழந்தையின் பிறந்த நாளை கொண்டாடி
இனிப்பு கொடுத்தனர், அனாதை விடுதியில்
அவர்கள் குழந்தைக்கே! !

அவலம்!!

கருதது கணிப்பொன்று சொல்கிறது
கல்லூரி செல்லும் கலைமான்கள் - சிலர்
காமத்தை காதலென கருதியதால்
கருகலைப்பிற்கும் , கழிவறை பிறப்பிற்கும்
காத்துக்கிடக்கின்றார்கள்.

அமைதி!!

ஆழ்கடலின் அமைதிக்குள் ஆழிப்பேரலை
பூமியின் அமைதிக்குள் பூகம்பம்
எரிமலையின் அமைதிக்குள் தீக்குழம்பு
ஆனால்
மனிதனின் அமைதியோ மகத்தானது

பல அழிவுகளுக்கு பின்னால்
புதிய உலகை படைக்கவல்லது அமைதி!!
ஐம்பொறிகளின் அமைதி மனிதனை பண்பானவனாக்கும்
ஆனால்
மனதின் அமைதியோ மனிதனை மகான்களாக்கும்! !

கவிதை! !

கற்றவுடன் கலைப்பை போக்கும்
கனவுகளை நிஜமாக்கி காட்டும்
கற்பனையில் மூழ்கி
எட்டாத இன்பத்தை எட்டி பிடிக்கும்
ஏழுலகு சென்று
எழுச்சி மிகுந்த எண்ணங்களை கொண்டு
ஏகாந்த மகிழ்ச்சியை எல்லாருக்கும் கொடுக்கும்
கரு மை கொண்டு, கற்பனையில் மிதந்து
காலத்தை வென்று, காவியமாய் விளங்கிடும்! !

உண்மை!!

காலங்களின் மாற்றத்தினாலும்
கரையாத கல்வெட்டு - உண்மை .
வாழ்நாள் முழுவதும் ஆயுள் குறையாது
என்றும் நிலைத்திருக்கும் உத்தம சொல் இது !!

ஆசிரியர்! !

புதல்வர்கள் பலரை புகழின் உச்சிக்கு ஏற்றி விட்டு
புன்னகையோடு இருக்கும் புனித புத்தகம்.
புரட்டி புரட்டி (காயப்படித்தினாலும்) படித்தாலும்
புதல்வர்கள் வளர்ச்சி அடைய தானே என்று
புன்னகை பூவில் ஆழ்ந்து உள்ளவர்கள்! !

புத்தகம்!!

புரட்டி படித்தவர்களின்
புதையல் - புத்தகம்.
பிடித்தவர்களுக்கு அற்புதம்
பிடிக்காதவர்களுக்கு சுமை
சாதனையாளர்களுக்கு ஏணி
வெட்டி பேச்சு பேசுபவர்களுக்கு மலை !!

பிரிவு!!

உனக்குள் நானும் எனக்குள் நீயும்
இருந்தோம் என்று நினைத்தேன்.
பிரிந்த பின்பு தான் தெரிந்தது
நாம் இருவருமே காலக்கட்டாயத்தில் இருந்தோம் என்று .

வாய்ப்பு!!

பல லட்சமும், பாட்டான் சொத்தும் தேவையில்லை
உழைப்பு எனும் மூலதனமும்,
நம்பிக்கை எனும் நண்பனும் இருந்தால்
நட்சத்திரமாய் ஜொலிக்கலாம் - உன் வாழ்வில்

உழவன்!!

உயிரை படைத்தவன் இறைவன்
உயிர் வாழ உணவளிப்பவன் உழவன்!!
அன்னையின் உயிர்பால் ஆறு மாதம் வரை தான்
ஆனால்
உழவனின் உணவோ , உயிர் உள்ள வரை
உயர் குடியில் பிறந்தாலும்
உயர் பதவியில் இருந்தாலும்
உழவனின் உணவு இல்லையென்றால்
உயிர் இல்லையே!!
இவ்வுலகில் அவன் அளித்த உணவை உண்டு
கொழுத்த உடம்பை குறைக்க
குதியாட்டம் போடும் கூட்டத்தின் மத்தியில்
மறுவேலை உணவிற்காக மாடாய் உழைத்தாலும்
ஒருவேளை உணவின்றி உயிரை மாய்த்துக் கொள்ளும்
அவல நிலை தான் உழவுக்கோ இன்று..

வறண்ட நிலம்! !

பல உயிர்களின் மறுபிறப்பிற்காக மாரி
தாயிடம் மடிபிச்சை கேட்டும்
மலட்டுப் பெண்ணாய் மருண்டு நிற்கிறது .

கடல்!!

நிலையில்லாமல் அலையடித்தாலும்
பலரின் நிலைத்த வாழ்விற்கு
நிதர்சனமாய் நீ - கடல்

தூக்கம்!!

உயிர் பிரிந்து , உயிர்த்தெழும் மரண ஒத்திகை.
தனிமை விரும்பிகளின் தனிச் சுகம்
கடவுளுடன் பேச ஒரு வாய்ப்பு, கனவில்! !

ஊனம்!!

உடலின் ஊனம்
உலகை வென்று விடும்.
உள்ளத்தின் ஊனம்
உயிரையே மாய்த்து விடும்.

வாசிப்பு! !

ஒரு நல்ல புத்தகம் நூறு நண்பர்களுக்கு சமம்
என்றார் ஐயா அப்துல் கலாம்.
நல்ல புத்தகங்களை வாசிக்க
ஒவ்வொரு நிமிடமும் நிதர்சனத்தை
போதிக்கும் போதிமரமாகும் !!
வாசித்து பார் நல்ல புத்தகத்தை
வாழ்வின் அர்த்தம் புரியும் !!
நேசித்து பார் வாசிப்பை
நெஞ்சம் நிறைந்து போகும்!!
தலைகுனிந்து வாசித்தால்
தலை நிமிர்ந்து வாழலாம் **!!**
தன்னம்பிக்கை ஊற்றெடுக்கும் , தலைக்கணம் வேறருக்கும் .
உன்னை உனக்கே உணர்த்திடும் உன்னத செயல் வாசிப்பு!
உன் சிந்தனையை தூண்டி சிறகடிக்க வைக்கும் வாசிப்பு!!
ஆழ்ந்து வாசித்தால் , அறிவு விரிந்திடும் !!
ஆராய்ந்து வாசித்தால் , அறிவியல் உணர்த்திடும் !!
எனவே , மறந்த வாசிப்பை
இன்றே ! இக்கணமே ! இப்பொழுதே !
தொடங்குவோம் !!!! - வாசிப்பை

காதல்!!

என் உதிரம் கொட்டினால்
அவள் இதயம் உருகுகிறது..

நட்பு!!

தவறுகளை சுட்டிக்காட்டி
தவிக்கும் போது ,தாவியணைக்கும்
தன்னலமில்லா உறவு!!

விதி!!

வினை ஏதும் செய்யாமல்
வீற்றிருப்போரின் வீண்நம்பிக்கை.

மாசற்ற மானுடம்!! - அன்னை தெரசா

கண்டம் விட்டு கண்டம் தாண்டி
சேவை செய்ய செவிலித்தாயாய்
செக்கஸ்லோவாக்கியாவிலிருந்து இந்தியா வந்தார்.

தொட்டால் ஒட்டிக்கொள்ளும் தொழு நோயாளிகளை
உற்றாரும் உறவினரும் உதறிவிட்ட போதிலும்
உங்களுக்கு நான் இருக்கிறேன் என்று
உற்ற தோழியாய் உதவியவள்

பெற்றெடுத்த குழந்தைகளை பெருஞ்சுமையாக
கருதி விட்ட சில பெண் பேய்களுக்கு மத்தியில்
அக் குழந்தைகளை கல்யாணமாகாமல் ,
கருவைச் சுமக்காமல் காவல் தெய்வமாய் காப்பாற்றிய
கன்னித்தாயாவாள்..

அவளின் அன்பால் பல அறக்கட்டளைகளும்
கருணையால் பல காப்பகங்களும் கட்டி
உருகுழைந்த மேனி ஆனதால்
உற்றார்,உறவினர்கள் வீண்னென கருதி
உதறியவர்களையும் , வீசியவர்களையும்
வாரியணைத்து வாழ்வு கொடுத்தவள் .

கணக்கில்லா குழைந்தகளின் கண்ணித் தாயானவள் .
எனவே இவள் தாய்களின் மகாராணி !!
" மாசற்ற மானுடத்தின் முதல் மனுசியாவாள்"

பூங்காற்று! !

அதிகாலை ஐந்து மணி
அதிக வெப்பமுமில்லை ,அதிக பணியுமில்லை
இதமான இக்காற்றுடன் கைமுகர்ந்தால் எப்படி இருக்கும்!!
இதோ !!
பூஞ்சோலையில் உள்ள பூக்களின்
மகரந்த தூள்களை அங்கமெல்லாம் பூசிக்கொண்டு
புறப்படுகிறோம் **!!**
பச்சை போர்வை போத்திய வயல்களை கண்டு
பசுந்தளிர்களின் தலை வருடி சென்றோம் !!

அங்கிருந்து பயணித்து மாஞ்சோலை அடைந்து
பள பளக்கும் தங்க மாம்பழத்தின் கண்ணத்தை
தடவிச்சென்றோம் !!

வானுயர்ந்த மரங்களின் நடுவில் பல்வித பறவைகளின்
பன்னிசையோடு சேர்ந்து நானும் ஒரு இசை பாடி
தாவரங்களின் தலை அசைத்து சென்றோம்!!

மலை முகட்டில் இருக்கும் தேனீக்களின்
தேனை சுவைத்து புறப்பட்டோம் !!
எத்துணை சுகம்!!!!!!

முகட்டின் உச்சியில் இருக்கும் கருமேகங்களை
தொட்டுத்தழுவிட தூவியது பூவானம் **!!**

அனுதினமும் ஆனந்தமாய் உலா வருவதால்
உன்னை பூங்காற்று என வர்ணித்து வானமே
மெய் சிலிர்க்க நான் உன்னை ரசித்தேனே !!

ஏழை மாணவனின் இன்றைய நிலை!!

இணையவழி கல்வி பயில
திறன்பேசி வாங்க வழியில்லை என்று
தன் திறமை மறந்து தன் வாழ்வை
மாய்த்து கொண்டஒரு மாணவன் .

உயிரென எண்ணிய கல்வியை கற்க வேண்டும் என்ற
வேட்கையில் தாய், தந்தையர் தினக்கூலிக்கு சென்று
குழைந்தகளின் படிப்பிற்காக கை ,காலெல்லாம்
காய்த்து போய் திறன்பேசியை வாங்கி கொடுக்கிறார்கள் .

பகுதி நேர வேலை பார்த்து பட்டம் பெற்றுவிடுவோம் !!
என்று எண்ணியவர்களின் நிலைமை இன்று ,

பசியாற்றுவதற்கும் , படுத்து உறங்குவதற்கும் வழியில்லாமல்
விழி பிதுங்கிய நிலையில் தடுமாறுகிறார்கள் .

மதிய உணவை தன் உணவாக கொண்ட
சில மாணவர்கள் இன்று பள்ளி மணிதான் ஒலிக்காத ,
பாடசாலை தான் திறக்காத என்ற ஏக்கத்தில் உள்ளார்கள் .

கைபேசி!!

அறிவியல் உலகத்தில் அதிவேக வளர்ச்சி
அரை நொடியில் அகிலத்தின் அனைத்து
கண்டத்தில் உள்ளவரோடு அளவளாட பயன்படும்
அற்புதசக்தி நொடிக்கு நொடி மாறும் உலக நடப்புகளை
நொடிக்குள் தந்திடும் காலக்கண்ணாடி !!

கைபேசியின் வலைதளமே இன்றைய வர்த்தக பூமி ஆனது !!
பெருந்தொற்று காலத்தில் பேருதவி புரிந்தது !!

பள்ளி , கல்லூரிகளுக்கு செல்ல முடியாத காலத்தில்
கைபேசியே பாடச்சாலை ஆனது !!

எல்லையில்லா நன்மைகளை கொண்ட
இக்கைபேசியின் வலைத்தளத்தில் தான்
காட்டுமிராண்டிகளும் , காமக் கொடுரங்களும்
வலைய வந்து விளையாட்டாய் விரல் பட்டு
விரிந்த செயலியை இயக்கிதால் விளைந்த

விபரீதம் பதிமூன்று வயது
பள்ளிக் குழந்தைக்கு
பாலியல் தொல்லைக் கொடுத்த
காமக்கொடூரன் ஒருபக்கம்

சிறு பிள்ளையின் விளையாட்டுத்தனத்தை
தனக்கு சாதகமாக்கி
அவள் தந்தையின் வங்கி கணக்கை
காலி செய்த கூட்டம் மறுபுறம்

இதனால் தான் காவல் துறை
கைப்பேசிகளில் இருக்கும்
கல்விச் செயல்களை மட்டும் பெற்றோர்களிடம்
குழந்தைகளுக்கு பதிவிறக்கம்
செய்ய வேண்டுகிறார்கள் .

அத்தகைய அதிகாரிகளுக்கு
ஆயிரம் நன்றிகள்! ! மக்கள் சார்பாக! !

காதல்!! (அன்றும் இன்றும்)

இதயத்தில் உதித்து , இறப்பில் உதிர்ந்தது - (அன்று)

இணையத்தில் தொடங்கி , இரவில் இச்சையில் முடிகிறது சிலரின் காதல் - (இன்று)

நேசித்தவர்களின் உண்மை நிலைமை கண்டு விட்டுக்கொடுத்தும் விலகிக்கொடுத்தும் கண்ணியம் காத்தது - (அன்று)

ஒராண்டு ஒப்பந்தத்தோடு ஓர் அறையில் தங்கி ஒன்றாக வாழ்ந்து விரும்பவில்லை என்று ஒற்றை வார்த்தையில் விடைபெறும் நிலை தான் - (இன்று)

புணர்ச்சியில் இல்லை காதல் , புரிதலின் நிலையில் உள்ளது உண்மைக் காதல் !!

கொரோனா வைரஸ்!!

கொரோனா என்ற கொலைகாரன் வந்தான்!!
கொத்துக் கொத்தாய் குவித்து கொன்றான்!!
இறந்தவர் முகத்தை இறுதியில் காணமுடியாத
இன்பத்தை தந்தான் !!
இருப்பவன் என்று எட்டிப் போகும் விடுவதில்லை! !
இல்லாதவன் என்று இரக்கம் காட்டவும் இல்லை !!
ஓடு ஓடு என்று எங்கையோ ஓடியவர்களை ,
ஓராண்டாய் ஒடுக்கி வைத்தான் !!
அவசியம், அத்தியாவசியம் , ஆடம்பரம் எதுவென
புரியவைத்தான் !!
இயற்கையின் உயிர்மூச்சே இவ்வுலகின் இணையில்லா
மூச்சென நிறுபித்தான் !!
சொல்ல இயலாத இன்னல்களை உலகிற்கு தந்து மரணம்
பயத்தை காட்டி நம்மை மிரள வைத்தான் **!!**
மனித நேயத்தை ஊட்டியதுதான் , உலகின் மனித குலமே !!
உணர்ந்து கொள்ளுங்கள் !!
நோயற்ற வாழ்வே குறைவற்ற செல்வம்! !

கவிதை :
கவிதா சண்முகலிங்கம் (எம். ஏ, தமிழ்)

முடிவுரை:

"கல் தோன்றி மண் தோன்றா காலத்தே
முன் தோன்றிய மூத்த மொழி என் தமிழ் மொழி" இவ்வளவு பெருமையுள்ள என் தாய் மொழியை , அழகு தமிழை அல்லி பருகிட ஆசை தெள்ளு தமிழை தேன் என சுவைக்க ஆசை !! பைந்தமிழை பால் என பருகிட !! செந்தமிழை செருவோடு கற்க ஆசை !! ஆனால் என்னால் கடல் என விரிந்த என் மொழியை கடுகளவே கற்க முடிந்தது . அச்சிறு அளவில் கற்ற இச்சிறியவளின் எண்ணங்களில் உதிர்ந்த எழுத்துக்களே இக்கவிதை புத்தகம்

தமிழார்ந்த சான்றோர்கள் யாரேனும் இக்கவியை வாசித்தால் தோன்றும் இலக்கண இலக்கிய பிழைகளையும்,எழுத்துபிழைகளையும் மன்னித்தருள வேண்டுகிறேன்! !

"நித்தம் புது பொழிவழையும் - என் தமிழாலே
எனக்கொரு புது வழி இக்கவிதை புத்தகம் !!

ஆசிரியர் குறிப்பு !!

கவிதா சண்முகலிங்கம் (எம்.ஏ , தமிழ்)
மு.ராமலிங்கம் - விஜயலட்சுமி ஆகிய
தம்பதியருக்கு **30.04.1978 -** இல் ,புதுக்கோட்டை மாவட்டம்
ஆலங்குடி வட்டம்
சிக்கப்பட்டி எனும் கிராமத்தில் பிறந்தவர்.

09.04.2000-இல் சண்முகலிங்கத்தின் இல்லத்தரசியானவள்.

கவி(தா) எனும் பெயரில் கவி இருப்பதனாலோ
கவி அவருக்குள் புகுந்து வாசிப்பாளர்களை
மெய் சிலிர்க்க வைக்கிறதோ !!